Daddy and I

written by Arielle Phoenix

First Printing, 2019
Paperback ISBN 978-1694940988

Cyber Phoenix Books,
London, United Kingdom

email arielle@cyberphoenixltd.com
www.books.cyberphoenixltd.com
www.cyberphoenixltd.com

Cyber
Phoenix
Books

Dedicated to Amare and Imani.
This is the start of an amazing
journey!

But no matter what I try...

I eat all of my porridge,
plantain and callaloo.

I am growing stronger every day!

But daddy is growing, too!

Sometimes I sneak up behind him and push him to the floor.

Sometimes he plays 'Daddy-Lion' and makes the sound...

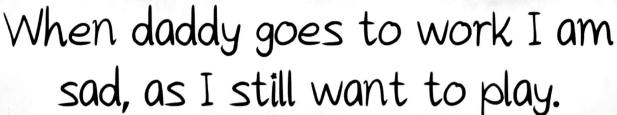

When daddy goes to work I am sad, as I still want to play.

Baba ati I

kọ nipasẹ Arielle Phoenix

Mo lagbara ju baba mi lọ, Mo mọ pe Mo le lu baba mi.

Ṣugbọn ni nkan nkan ti mo ba gbiyanju...

Mo jẹ gbogbo awọn asaro, dodo ati callaloo mi tan.

Mo n dagba ni okun lojoojumọ...

Ṣugbọn baba mi na dagba si lokun paapaa.

Nigba miiran mo ma yọ sẹhin lẹhin rẹ lati ti subu lule.

Nigba miiran ọ ma n sere bi "Baba Kiniụn" ati ṣe ohun naa

Download the accompanying
audio for free at
www.books.cyberphoenixltd.com

You might also like:

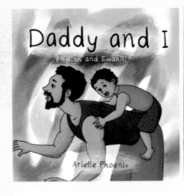
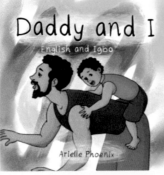
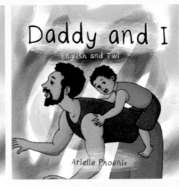

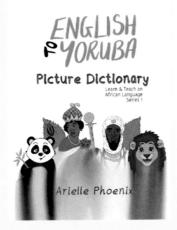
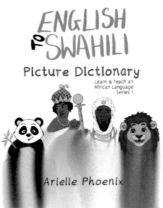

Cyber Phoenix Books

www.books.cyberphoenixltd.com

Made in the USA
Coppell, TX
18 July 2020